# உலகளாவிய உள்ளம்

## ஸ்ரீதர்.ரா

**புக் பெஞ்சர்ஸ்**

உலகளாவிய உள்ளம்

ஆசிரியர் © **ஸ்ரீதர்.ரா**
முதற்பதிப்பு 2021
பக்கங்கள் 52

**Published by Book Benchers 2021**
**Copyright © R.Sridhar 2021**
**All Rights Reserved.**

**ISBN** 978-93-91423-43-8

**ThebookBenchers@gmail.com**
**Contact 9944992571**

**Affliated By**
**Aelay Publish**
**www.aelaypublish.com**

# முன்னுரை

கவி சாரல்களை காண வந்திருக்கும்
நல் உள்ளங்களுக்கு என் வணக்கங்கள்.

உலகளாவிய உள்ளம் இந்த நூல்
எதை பற்றி என்று பார்த்தல் உலகில் உள்ள
மக்களின் உலா போகும் உணர்ச்சிகளை
உணர்த்தும் நூல் இது .அதாவது உணர்ச்சிகள் ஆனா
சிரிப்பு ,அழுகை ,சோகம் ,மகிழ்ச்சி, வியப்பு ,கோவம்
இவை மையப்பட அமைந்துள்ள நூல் இது.
மக்களின் உணர்வுகளை வெளிப்படுத்தும்
நூலாக அமைந்ததே இந்நூலின் சிறப்பாகும் .
மக்களின் உணர்ச்சிகளை 30 கவிஞர்கள்
மிக சிறந்த வகையில் அவர்கள்
படைப்பின் மூலமாக வெளிப்படுத்தி உள்ளனர் .
இவர்கள் தன் எழுத்துக்களால் உணர்ச்சிகளை
கண்முண்ணே தோன்றும் வகையில் அருமையாக
இயற்றியுள்ளனர். இவர்கள் வரிகளில் மூழ்கி
உணர்ச்சிகளை உணர்ந்து மகிழ உங்களுக்கு
என் வாழ்த்துக்கள!!! .

ஸ்ரீதர்.ரா,
தொகுப்பாளர் .

## தொகுப்பாளர்

இந்த புத்தகத்தை வழங்குபவர் ஸ்ரீதர்.
இவர் இயன்முறை மருத்துவம் பயின்று வருகிறார்.
இவர் கிருஷ்ணகிரி மாவட்டத்தை சேர்ந்தவர்.
இவர் தம் மனம் போன போக்கில் எழுதுபவர் ஆவர்.
இவர் பல புத்தகங்களில் இணை ஆசிரியராக
இருந்திருக்கிறார்.

"கனவில் இரு கலையில் இரு
கலையில் கலந்தே இரு
அனைவரையும் சிரிக்க வைத்திரு
சிந்தனை உலகில் சிந்தித்தே இரு
சிதையயாக போனாலும்
சின்னதொடு இரு"

என்னும் வரிகளுக்கிணங்க இவர் @kavithai_pitthan_
என்னும் படவரில் கவிதைகளை படைத்து வருகிறார்.
இவரது மின்னஞ்சல் greeninfo11@gmail.com.

# கவிதைகள்

## உள்ளடக்கம்

# 1.அன்பிற்கும் வரை

அன்புக்கு எல்லை உண்டோ
அன்பில்லாத உயிரும் உண்டோ
அன்பிலே வண்ணம் உண்டோ
அன்பிலே வகையும் உண்டோ

வந்தவன் இவன் என
வஞ்சகன் அவன் இவன்
என நெஞ்சிலே ஒன்றில்லை
அன்பு ஒன்று விதையாய்

வளர்ந்ததே இல்லாத நெஞ்சிலும்
வளரும் பிள்ளையிலும் உண்டு
வளர்த்த மனிதனிலும்உண்டு

என்னிலும் அதை காண்கிறேன்
எண்ணில் இல்லை எண்ணத்திலே.

ஸ்ரீதர்.ரா

## 2.என்னவளின் உணர்வு

நான் சிந்தும் ஒவ்வொரு
துளி கண்ணீரிலும் சோகம்
மகிழ்ச்சி இரண்டும் இருக்கும்
ஆனாலும் அதன் பின்
இருப்பவள் நீயே
சண்டைகள் பல வந்தாலும்
என் கோபத்தை தனிப்பவள்
என் கோபம் எல்லாம்
ஒரு நொடி தான்
நீ அருகில் இருக்கையில்
சோகமா மகிழ்ச்சியோ
எதுவாயினும் உன்னை அணைத்தால்
போதுமடி எல்லாம் பறந்தோடும்
என் உணர்ச்சிகள் எல்லாம்
மறு உருவெடுக்கும்

த. அருணா

### 3.உள்ளம் ஊனம் இல்லை

ஆயிரம் ஆசைகள்,
உள்ளத்தில் வைத்து,
இயற்கை உலகை
அனுபவிக்க முடியாமல்
துள்ளி ஓடும் மானை
பொறாமை கொண்டு பார்த்து
விளையாடி மகிழும் மழலைகளின்
உற்சாகத்தை கண்டு
கண்ணீர் விட்டு
சம்பாதிக்க நினைத்தாலும்
அதும் வலியே தீர்வு
என சங்கடங்களை அனுபவித்து
ஓய்வு இல்லாமல்
துடித்து கொண்டே இருக்கிறது
உடலால் ஊனம் கொண்டு
மனதில் வலிமை கொண்ட
ஓர் உன்னத உயிர்.

நாமக்கல் செந்தில்

## 4.சமூகதின்பால் என் சிரிப்பு

விரும்பியதால் படிக்கவும் சென்றேன்...!
வறுமையினால் பல பாடுகளும் பட்டேன்..!
பார்ப்பவர்களெல்லாம் சிரிக்கத் தானே செய்தார்கள்...,
ஏழை வீட்டுக்காரன் எங்கே படிக்கமுடியுமென்று..!
படித்து முடித்து பட்டமும் பெற்றேன்..!
பணிக்கு செல்ல நித்தமும் விருப்பினேன்..!
பழகியவர்கள் கூட, பாசாங்கு காட்டி சிரிக்கத்தானே
செய்தார்கள்..., என்னை பார்த்து பார்த்து..!
பயிற்சியும் செய்தேன்..!
பயிற்சியுடன் கூடிய முயற்சியும் செய்தேன்..!
முன்பணம் செலுத்தினால் தான் பணியென்பதால்...,
பக்கத்து வீட்டுக் காரர்களும் சிரிக்கத் தானே
செய்தார்கள்..!
பணமில்லா உனக்கு.., பணி எதற்கு..? என்று...!
ஆம்...,சமூகம் என்னை
ஏளனமாக பார்த்து சிரித்தமையாலே...,
இன்று சமூகத்தை பார்த்து புன்னகையோடு
சிரித்தப்படியே வாழ்கின்றேன் நல்லதொரு
நிலையிலிருந்து.... !

நெல்லை சதிஸ்

## 5.அன்பின் நினைவாய்

அலையில்லா ஆழியென என்னை
உன் அழகால் அடித்தாய் ॥
முகிலென என்னை உந்தன்
கண்ணோடு அணைத்தாய் ॥
மயிலென உந்தன் தோகை விரித்தாய் ॥
அதில் மழைத்துளியாய் என்னை உன்னில் நனைத்தாய்
।
என்னுடன் நீ இருந்த நாளெல்லாம்
சொர்க்கத்தில் பயணித்தேன் ॥
இன்று நீ இல்லை என்பதை
ஏற்றுக்கொள்ள மனம் மறுக்கிறது ।
முன்னொரு காலத்திலெல்லாம் நம் காதலின்
வனப்பில் அழகாய் சிவந்த வானம் ॥
இன்று நீ இல்லாத வாழ்வைக்கண்டு
வறுமையென சிவந்தது அந்த நிலவு ।
காதல் பற்றி பலரும் கூறுவார்கள் ॥
காதலியின் நினைவாக ஏதும் இருக்காது என்று ॥
ஆனால் என்னிடம் என் காதலியே
நினைவாக இருக்கிறாள் கல்லறையில் ॥
அவள் நினைவாக நான் ॥
வரிகளற்ற காகிதமாய் ॥ பேனா மையுடன் ॥

திவ்ய தர்ஷினி ர

## 6.சிற்றினமாக்கும் சினம்

அதிசயம் தான் இது
சினத்தினால் மேலே தலை சூடாக
கீழே ஊரும்
இரத்தங்கள் கொதிக்கிறது
நரம்பு மண்டலங்கள்
வரம்பை தாண்டிவிட்டன
கோபத்தால் ஒரே நிமடத்தில்
உருமாறிய மிருகமானேன்
எதிராளி வீழவேண்டும்
என்ற ஒரே எண்ணம்
மூளையெங்கும் எதிரொளித்தது
வார்த்தைகளில் கட்டுப்பாடில்லை
கத்தலின் சுருதி
எட்டுக்கட்டைத் தாண்டி எகிறியது
மன்னிப்பும் கூடாது
விட்டுக்கொடுக்கவும் கூடாது
கொள்ள வேண்டும்
அந்த கொடியவனை...

ம.ராகவைத்தமாநிதி

## 7.என்னவன் தந்த காயம்

என் அன்பே, என் உயிர் நீயே,
என் புன்னகை எல்லாம் நீயே,
ஆனால் நீயோ? என்னை பாராமல்,
ஏன் விலகி செல்கிறாய்,
நான் கொண்ட, காதலை எல்லாம்,
கண்ணீராய் வழிய செய்கிறாய்.
என் வாழ்க்கையை வெறுக்க செய்கிறாய்.
உன்னை நேசித்ததற்கு,
என் மனதை உடைத்து,
தீராத சோகத்தை தந்து விட்டு செல்கிறாய்.
தனிமையில், உன் நினைவில்,
நீ தந்த காயங்களுடன்,
என் சந்தோஷத்தை தொலைத்து விட்டு,
நீ தந்த வலியுடன், வற்றாத
கண்ணீர் துளிகளுடன், வாழ்கிறேன். என்னவனே!
நீ, உன் கைகளால்,
கண்ணீரை பரிசளித்தாலும்,
அதை புன்னகையுடன் ஏற்றுக்கொள்வேன்.
நீ, உன் கைகளால்,
என் மனதை உடைத்தாலும்,
அன்புடன் ஏற்றுக்கொள்வேன்.-ஆனால்,
உன் பிரிவை மட்டும், எனக்கு தந்து விடாதே.

லோ. சந்தியா

## 8.புன்னகைப் பூவாய்

ஒவ்வொரு செடியிலும்
ஒவ்வொரு வகையாய்
பூத்திடும் ஒரே பூ
நான் சிரிக்கும் இந்த 'சிரிப்பு'தான்...
எப்போதும் பூத்துக் குலுங்கிடும்
முல்லையாக ஒரு செடியில்!
எப்போதாவது பூத்திடும்
குறிஞ்சியாக இன்னொரு செடியில்!
தேனீக்கு உணவளிக்கும்
ரோஜாவாக ஒரு செடியில்!
தேனீயை உணவாக்கும்
குடுவை பூவாக மற்றொரு செடியில்!
நித்ய சுகம் தரும்
நித்ய கல்யாணியாய் ஒரு செடியில்!
நிச்சயமாய் சாவு தரும்
அரளியாக பிறிதொரு செடியில்!
உங்கள் செடியில் பூ பூத்திட
பிறர் கண்ணீர்,
தண்ணீர் ஆகாதவரை
என்றுமே அழுகுதான்...
என் புன்னகைப்பூவாய்
நீங்களும் மலருங்களேன்...!

கவியருவி பா.சரவணன்

## 9.மாயவிசை

இதழ் விரிப்பும்
இமை அசைவும்
விழி சுழற்சியும்
விரல் அழகும்
வாய் மொழியும்
வார்த்தை ஜாலமும்
குரல் கானமும்
குழல் நீளமும்
மாய விசையோ
மங்கையவளை நோக்கி!
ஆறடி உயரமும்
அளவான நாசியும்
உயர்ந்த புருவமும்
உழுக்கும் சிரிப்பும்
இறுக்கிய உடற்கட்டும்
இடுக்கிய பார்வையும்
வேக நடையும்   விவேக சித்தமும்
மாய விசையோ
மன்னவனை நோக்கி!
பருவ வயதில் பலமாய் இழுக்கும்
இவ்விசைகளுக்கு தான்
ஈர்ப்பு என்ற பெயரோ!

காவியா செங்கொடி

## 10.என் உணர்ச்சி

தமிழ் உணர்ச்சி
அது தாய் உணர்ச்சி
தடையின்றி பொங்கி வரும்
தமிழரின் ஒர் உணர்ச்சி

ஆணி வேர் போல்
அடிவரை சென்றே இருக்கும்

நாடி நரம்பெல்லாம்
இரத்தமாய் பாய்ந்திருக்கும்
பேச்சின் பொருளாய் இருக்கும்
செயலின் பயனாய் இருக்கும்

ஆதியில் ஊற்றெடுத்த
அற்புத அமுதூற்று அதை
எத்தனை நிறம் மாற்றி
யார் என்ன செய்தாலும்
செம்மொழியாய் செழித்து
நிற்கும் வற்றாத nதேன் ஊற்று

அழித்து விடும் ஆசையிலே
ஆயிரம்பேர் வந்தாலும்
புதைத்து விட மதையிலே
தொள்ளாயிரம் பேர் சென்றாலும்
சிரித்த புன்னகையில்
சிரித்துப் பூத்திருக்கும்
கருத்துக் கவிதைகளும்
பொறுத்துத் தோள்கொடுக்கும்

கவிதையினில்
காதல் சொல்ல நூறு
மொழி பிறந்தாலும்
கல்வியையும் கவிதையில்
சொல்ல இந்த
காந்த மொழி உண்டு

அறிவியல் கருத்தெல்லாம்
அடுக்கடுக்காய்
புத்தகம் செய்யும்
அன்னிய மொழிக்
கெலாம் நான் உழைப்பேன்

அத்தனை அறிவியலும்
சூத்திரமாய் சுருக்கித் தந்த தமிழ்
என்றும் நமக்குள்ளே
நிறைந்து துடித்திருக்கும்
தமிழ் என்றும் தழைத்து வாழும் .

கவி கவிஞன் இரா சதீஷ் குமார்

## 11.கண்ணீர் துளிகளின் வரவு

கருத்து வாதம்
நிகழ்ந்து கொண்டிருந்தது
அண்ணனுக்கும்
தங்கைக்கும் இடையே

இயல்புநிலையில்
தொடங்கிய வாதம்
உச்சத்தை தொட்டது

கோபம் அடைந்தான் அண்ணன்
கொட்டி தீர்த்தான்
சுடு வார்த்தைகளை
தங்கையை நோக்கி

தங்கைக்கும் சரியான கோபம்
இவன் பெரிய "கருத்தியல்வாதி"
என்னை கத்தி விட்டு
செல்கிறான் என
புலம்பி மனதை
ஆற்றுப்படுத்தி கொண்டிருந்தாள்.

இருப்பினும் அண்ணன்
கூறிய வார்த்தைகள்
மீண்டும் மீண்டும்
நினைவுக்கு வர
சோர்ந்து போனாள்

கன்னத்தில் கை வைத்து
கட்டிலில் அமர்ந்தாள்
கண்ணின் ஓரம்
நீர்த்துளிகள் கசிந்தது
கண்ணீர் துளிகளின் வரவு அது....
வலிகளின் வெளிப்பாடு அது.....

கவிச்செம்மல்.ஆ.நித்ய கல்யாணி

## 12.உயிர்ப்பொருள்

ஆசையின் பின் சென்றேன்
கண்கள் ஊற்றானது!
இமைகள் மேகங்களானது!
கண்ணீர் மழையாகச் சிந்தியது!

மனம் போன போக்கில்
நானும் போய் இருந்தால்

இக்கண்ணீர் பொய்கையாகி இருக்கும்!
பத்தோடு பதினென்றாக நானும்
நின்றிருப்பேன்! ஆனால்

என் மனதிற்கு இலக்கணம் வகுத்தேன்!
ஒழுக்கம்! நேர்மை! நம்பிக்கை!
என்னும் சித்தாந்தங்களை
இயல்களாக வகுத்து
நூற்பாக்களையும் இயற்றினேன்!
இறுதியில்!

ஏமாற்றம் என்பது நூலின்
முதற் பொருளானது!
அழுகை என்பது
அந்நூலின் கருப்பொருளானது!

பொய்சிரிப்போ அந்நூலுக்கு
உரிப்பொருளானது!

உரிப்பொருளே உயிர்ப்பொருள்!
அவ்வகையில் நான் அமைத்த
உயிர்ப்பொருளின் உள்ளே!
முதற்பொருளும்!

கருப்பொருளும்! மறைந்து
என் வாழ்க்கை என்னும்
மெய்ப்பொருளில்
நிலைத்து நிற்கிறது!.

பா.பிரியன்பாபு

## 13.முகமூடி

யாரோ! யாரோ!
ஐயத்தில் மனமே
நீ எங்கோ என்னை பிரிந்தாய்
கவனாய் காக்க
மறந்த பேதை நான்
கவணம் ஈர்ப்போ உன்
முதல் நொடி பார்வையிலே
ஏதோ நெஞ்சில் மாயம் செய்தாய்
கனவிலும் நீயே ஆட்சி புரிந்தாய்
அழகிய காலம்! உன்னுடனே
காலம் தாண்டிய யோசனைகள்,
யாவும் மண்ணில் புதையும் எண்ணவில்லை
ஆனி வேரே நீ வேரறுந்தது ஏனோ!
என்னை வெறுத்து நின்றது ஏனோ!
இருளில் உன்மையாய்
வெளிச்சத்தில் போலி புன்னகைத்து
அணுஅணுவாய் வெறுத்தேன் என்னையே
கரம் சேரும் முன்னே,
கல்லறை சேர்ந்ததே என் காதல்
நாடகம் ஒன்று மெல்லமாய்
நின்று நிதானமாய் சூது
ஆடியதே என்னை!!

மயூரம்

## 14.ஆசை எதற்கு

நினைப்பது நடப்பதில்லை
நடந்தது நினைத்தில்லை
நினைத்தது நினைவில் இல்லை
நடந்தது எதுவுமில்லை
எட்டியது கிட்டவில்லை
கிட்டியது எட்டவில்லை
ஒட்டியது உனக்குமில்லை
உனக்கு நீ சொந்தமில்லை
ஆசைக்கு எல்லையில்லை.

ஆசையால் நிம்மதியில்லை
ஆசையில்லை தொல்லையில்லை
ஆசை அது தொலைவில் இல்லை
எண்ணியது எதுவுமில்லை
எண்ணுவதால் எதுவுமில்லை
இன்னுமது நடக்கவில்லை
நடந்துவிட்டால் நீயுமில்லை

கவிஞர் லீ

## 15.கண்ணீரின் வழிகள்

நெஞ்சில் சுமந்த தந்தையே
என்னை காத்த கடவுளே
என் கண்ணீரை தடுக்கும் நண்பனே
என் அன்பின் உயிரே
நீயின்றி நானில்லை.

உழைக்கும் உழைப்பாழனே
தவிக்கும் மனமுடையவனே
உதவும் குனமுடையவனே
காக்கும் காவலனே
என் உயிர் தோழனே।

நான் நீயின்றி தவிக்கிறேன்
ஏன் என்னை விட்டுச் சென்றாயே
என்னை கண்ணீர் விடாமல் காத்தவனே
என்னை தவிக்க விட்டு சென்றாயே

மு.ஹர்ஷினி.

## 16.உணர்ச்சிகளின் உறைவிடம்

நலம்பேணும் நல்லன்புக்கு
நட்பென பெயர்சூட்டி - மனதார
அன்பு கொண்டு
புன்னகையால் உனைமாற்றி;

அழுகையால் நீதுவண்டு
என்மடி சாய்கையிலே - நண்பனாய்
உன்பக்கம் பற்றிஇடம்
கொடுத்தேன் என்தோளிலே;

மோகப்பாதை நீதேர்ந்து
கெடுவழி செல்கையில் - உரிமையோடு
உனை மறுத்து
திட்டித்தீர்த்தேன் கோபத்தில்;

உன் துக்கம்
நானும் பகிர்ந்து - விடையறிய
ஆர்வம்கொண்டேனே என்
சுகதுக்கமும் மறந்து;
நெற்றிக்கண் திறப்பினும்
நீசெய்தது தப்பு - என
உரிமையோடு நான்கூறும்
உறவிது நட்பு ।

சந்தியா முரளிதரன்

## 17.விடியல்கள் விலகாதோ

நாவரண்ட நிலையில் நானும்
அவையும் இருக்க
நாற்காளிகளும் தாமாக
நகர்கின்றன என் பார்வையில்
விழியோரம் வழிந்தோடும்
வரிகளும் எனை நனைக்கின்றன

வர மறுத்து
வலி தர நினைத்தீரோ
தவறு, தவறு
வர மறந்து
திரும்பிவிட்டீரோ

நாடோடியாகி
அலைகிறது என் மனம்
நாளோடிப் போனதில்
நான் மட்டும்
தொலைந்துவிட்டேன்

வரிகள் தந்த வள்ளல்
கவி வள்ளல் நீங்கள்

விடியல்களால்
விலைபோகும் நிலையில்

பிரிந்து கிடக்கும் விடியல்கள்
விலகாதோ சொல்லீர்

நினைவுதன்னில் குளறுபடிகள்
கரைபுரளும் வேளைதன்னில்
மயக்கமும் பிறக்கையில் விழிகள்
உங்களை நாடியபடியே

இமிழற்ற நிலவாகக்
கரைகின்றேன்

கரைகாணா கப்பலாகி
தமிழ்க் கரை நாடுகிறேன்
தமிழாசானே
தலை நிமிரச் செய்த
நல்லாசானே  நல்வழி நவில்க
நேரில் காட்சி தருக வருக

சரண்யா முசிலா

## 18.ஏக்கம்

எங்கிருந்து தோன்றினாய்?

குழந்தையாய் இருந்த
என்னை தவிக்கவிட்ட
தந்தையை காணாதபோதா?

பள்ளியில் விட்ட அன்னை எப்பொழுது
வருவாள் அழைக்க என கண்டபோதா?

வளர்ந்துவிட்டேன் வாழ்ந்த ஊரை
விட்டு வேற்றூர் நகருகையில்
வழிந்த கண்ணீர் வார்த்தபோதோ?

சிறுபிள்ளையாய்
வசதி படைத்தோன் மகன்
சிந்திய பண்டத்தை பார்க்கையிலா?

மிடுக்கோடு வந்த ஆளை பார்த்து
மிளிர்ந்திட்டவன் இல்லா
மீசை முறுக்கையிலா??

மூட்டைகளோடு செல்கின்றனர்
புத்தக மூட்டை பள்ளிக்கும்
பொதிமூட்டை பட்டறைக்கும்
ஏக்கத்தோடு॥

மேய்கின்ற ஆட்டுமந்தையில்
கருப்பாட்டை மட்டும்
கதை சொல்லிக்கிய போதா?

இலவச பொருட்கள்
அச்சிட்டபோதும் வறுமைக்கோடு
தடித்தபோதா?

மதுபோதை மிதமிஞ்ச
மறந்துவிட்ட பிள்ளை
அப்பா என்றவர் மறைந்ததை
எண்ணிய போதா??

கூடிக்களித்தவர் முன்
குனிந்த தலையோடு
சென்றபோது மீளுமா என
ஏங்கியபோது॥

எல்லோரும் கவி வடிக்க
நான் மட்டும் என்
கவலையை வடிக்கின்றேன்
ஏக்கத்தோடு॥

மா.வசந்த்குமார்

## 19.இத்தனை தானோ உணர்ச்சிகளும்

நாட்டிலே நாளுக்கு நாள்
புது புது பிரச்சினைகள்
குற்றத்தைக் கண்டதும் கடல் அலையாய்
சீறும் புலியாய் பொங்கி எழும்
சிலரின் உணர்ச்சிகள் தீர்வு காணும்
முன்னே _ தீர்ந்து போவது ஏனோ?

நமக்கே தெரியாமல் நம் உழைப்பை
உறிஞ்சும் எவனோ
திரும்பும் திசையெல்லாம் கற்பழிப்புகள்
தகுதிகள் இருந்தும் தர மறுக்கப்படும்
கல்லூரி சேர்க்கை
வேளாண்மை தான் முதன்மை தொழில்
ஆனால் கொலை களத்தில் விவசாயி

முன்னேற்றம் என்ற பெயரிலே
பின்னோக்கி செல்கிறோம்
குரல் கொடுத்தோமே தீர்வு
கிடைக்கும் வரை கொடுத்தோமா?
தேசத்தை இத்தேசத்தாரிடம் இருந்து மீட்க
உணர்ச்சி ஒன்றே ஆயுதம்
தீர்வை அடைவோம்    தீயில் கருகும் முன்

மர்யம் அஹமது ஜீலானி சிக்கந்தர்

## 20.உள்ளமே உன்னதம்

உள்ளமே கோவில் ஊனுடம்பு ஆலயமே
என்ற கருத்தில்ம உள்ளத்தை வைத்து

செம்மை பெறச்செய்ய நல்ல
நினைவுகள் செய்திட  துணைசெய்ய
எண்ணங்களே நம்மை சிறக்கச்செய்வது
உள்ளத்தில்  இடம் பெற்ற வகை
ஆகம விதி முறைப்படி
நடத்திட இதயங்கள் வந்திட
ஊனுடம்பு ஈன்றிட

உலகமே உலகம் வந்து
நம்மை வழி நடத்திட ஐயத்தை
ஊஞ்சலாடும் மன எண்ணங்கள்
உயர்வைத் தர  எண்ணங்கள்
நமக்கு  ஏற்றத்தைத்தருமே
கனிவு கனிந்த எண்ணங்கள்
நல்ல நினைவைத்தருமே

உள்ளங்கள் கோவிலாக உலாவர
நன்மைகள் வந்திட
உறவுகள் வேண்டும் அனைவருமே
உறவைத்தேடிட வேண்டும்
நாம் வ்கின்ற வாழ்க்கை
நமக்கு வளங்கள் தந்திட
உதவுமே உற்ற குறை கண்ணில் தெரிய
இந்த விழாக்கள் நம்மை
காத்திடுமே உந்தனை எந்தனை
வந்தனை செய்திட வந்த உறவு
எங்களின் உள்ளங்கொண்ட
தகைமையானதே
தொகையறா பாட வைத்து

தோகை விரித்துப்பறந்தது
உள்ளங்கள் ஆலயமாக
ஆண்டவனே குடிகொள்ள வருவான்
ஊஞ்சலாடும் எண்ணங்களை நிலை நிறுத்தி
உள்ளங்கள் உன்னதம் தானே தாயே சிறந்திட
வந்ததே உள்ளத்துன் உன்னதமாகும்
உன்னதம் உணர்த்துவோம்
உன்னதம் உணர்வோம்

முனைவர் கவி சு.நாகவள்ளி

## 21.உணர்ச்சிகளின் காட்சிகள்

பேசத்தெரிந்தவன் பேதையாகிறான்!
வாயிருந்தும் ஊமையாகிறான்!

சிரிக்கத் தெரிந்தவன்..
அழுகை மறைக்கிறான்!
கோபம் இழந்தவன் மனிதனாகிறான்!
பொறுமை கொண்டவன்
எதிலும் வெல்கிறான்!

ஆசையுள்ளவன்
அழிவை அழைக்கிறான்!
பொறாமை கொண்டவன்.....
உள்ளதை இழக்கிறான்....
இன்பம் பெற்றவன்
இன்னும் என்கிறான்!
துன்பம் அனுபவிப்பான்..
தூசி என்கிறான்..

இருக்கிறவன் இல்லை என்கிறான்...
இல்லாதவனோ இருப்பதை கொடுக்கிறான்...
உழைப்பவன் ஓடாகி அடிப்பவன் முதலாளி!
உலகமே நாடகமேடை... அதில் ஒவ்வொருக்கும்
தனி கதாபாத்திரம்!

சு. கோகிலா

## 22.மழலை தந்த மகிழ்ச்சி

அம்மணமாக இருக்கிறாள்
அழகாக இருக்கிறாள்
அறிவுகெட்ட அறிவே!
ஆபாசமாக நினைக்காதே
அவள் மழலை!

துர்நாற்றம் வீசாத வாய்
தும்பைப்பூ போல் பற்கள்
குண்டு குண்டு கண்கள்
கூரான குட்டி நாசி
பஞ்சை வெல்லும் தேகம்
நெஞ்சை அள்ளும் அழகு

மழலை முகம் பார்த்ததும்
மறைந்து போகும் கவலைகள்
அவள் புன்னகை கண்டு
என்னுள் பூக்கும் களிப்பு
என்ன வகையோ?

இராகுல் கலையரசன்

## 23.அறிய இயலாத ஆச்சரியக்குறி மனம்

எங்கும் பரந்து விரிந்த
ஆகாயத்தைப் போல அளவிட
முடியாதது மனிதனின் மனம்!

ஆழ்கடலின் ஆழத்தைக்
கூட அளவிட முடியும்,
ஆனால் மனித மனத்தின்
ஆழத்தை அளவிட முடியாது!
சமுத்திரத்தின் மணலை
எண்ணினாலும் எண்ணலாம்,
ஆனால் மனிதர்களின்
எண்ணங்களை எண்ண முடியாது!

அடர்ந்த வெண்மேகங்களால்
திரையிடப்பட்ட சந்திரன் மங்களாய்
பிரகாசித்துக் கொண்டிருப்பது போல்,
மனிதனுள்ளும் பிரகாசித்துக்
கொண்டிருக்கிறது மனம்.

கடவுள் தூணிலும் இருப்பார்
துரும்பிலும் இருப்பார்
என்றெல்லாம் சொல்வார்கள்.
அதைப் பற்றி அறியாது.

ஆனால் ஆழமான அன்பு
மனிதராகிய அனைவருள்ளும்
ஆழமாக புதைந்திருக்கும்.
அந்த அன்பிற்கோ ஈடுமில்லை,

இணையுமில்லை, எல்லையுமில்லை.
மனித மிருகத்திலும்
ஒரு தேவதை குடி கொண்டிருப்பாள்
என்றால் மனித மனத்தில் மட்டுமோ
எள் போட்டால் எள் விழுகிற சத்தம்
கேட்கும் இடமும் மனமே!

தாங்க இயலாத, கேட்க முடியாத
அகோர சத்தங்கள் எழும் இடமும் மனமே!
அச்சத்தத்தால் மழையைப் பொழிகிறான்
சிந்தும் கண்ணீர் துளிகளாக!
சமுத்திரம் பொங்கி எழுவது போல ,
அனற் பொறிகளைப் போல
கோபத்தில் பொங்கி எழுகிறான்.

ஒப்பனைகளில் சிறந்த
ஒப்பனையென்றால் அது புன்னகையே!
மனித மனத்தை புரிந்த
கொள்ள இந்த ஒரு வாழ்க்கை போதாது.
எத்தனை யுகங்கள் தேவைப்படும்
என்றும் அறியவில்லையே!

க.பானுபிரியா

## 24.உணர்ச்சியின் உன்னதம்

உண்மையான உணர்ச்சிக்கு
உள்ளம் பல உறவாகும்"
பட்டென்ற புன்னகையில்
சட்டென்ற அழுகையில்
திடிரென்ற அதிர்ச்சியில்
எதிர்பாராத ஆச்சரியத்தில்
எண்ணாத பயத்தில்
ஏற்கமுடியா சோகத்தில்
என எண்ணிலடங்கா
உணர்ச்சிகளை உள்ளடக்கி,
உலகமுழுவதும் உலா
வந்து கொண்டிருக்கும்...
ஒவ்வொரு மனிதனுக்கும்
உயிர் கொடுப்பது உணர்ச்சி!!

உப்பில்லா சோறு உபயோகமற்றது போல
உணர்ச்சி இல்லா உருவம் எல்லாம்
உயிரில்லா வெறும் உடம்பே!!

ஹரிசுதா

## 25.பெற்றோரின் கண்ணீர்

பிறந்த அறையில்
ஆனந்த கண்ணீர்!
விழுந்து எழுகையில்
தவிப்பு கண்ணீர்!

பெரிய மனிதனாக
வளர்ந்து வருகையில்
பெருமை கண்ணீர்!
பிரிந்து சென்று
வாழ நேர்கையில்
துயர கண்ணீர்!

தவறு இழைத்து
தவித்து வாழ்கையில்
சோக கண்ணீர்!
சமூகம் மதிக்கும்
வாழ்வு பெறுகையில்
உள்ளம்நிறைந்த கண்ணீர்!

வளம்சேர்க்கும்! வலுப்படுத்தும்!
வழிநடத்தி
வாழவைக்குமே!
பெற்றோரின் கண்ணீர்!

மாயாதி

## 26.வலிகள் தந்த புரிதல்

இலையின் பிரிவால்
மரத்திற்கு வலி
மருந்து கேட்டபோது
மழையை தந்தது...

நண்பன் அப்பாவின் பிரிவால்
மனதிற்கு வலி
மருந்து கேட்டபோது
நினைவை அள்ளி தந்தது...

காதலியின் பிரிவால்
இதயத்திற்கு வலி
மருந்து கேட்டபோது
தனிமையை தேடி தந்தது...

எடுக்கும் குணம்
கொடுக்கும் மனம்
இதுவல்லவா இயற்கையின் வரம்...

வாழ்க்கை என்னும்
வெத்துப்பெட்டியில்
அனுபவங்கள் மட்டுமே
சம்பளமாய் கிடக்கும்.....

த. கவின்குமார்

## 27.உணர்ச்சி கொண்ட இனம்

ஆட்சி செய்ய அரசன் தேவையில்லை,
புரட்சி செய்ய பாரதியார் தேவையில்லை,
உணர்ச்சி கொண்ட மனிதன் போதும்।

அகிலமெல்லாம் போற்றிட ,
அறிவுச் சுடர் ஏந்தி,
ஆளப் பிறந்தவன் மனிதன்।

உயிர் கொண்ட அனைத்தும்
உயிரினம் மட்டுமே;
உணர்வு கொண்ட உள்ளம்
மட்டுமே மனித இனம்।

எத்தனை கோடி மனிதர்கள்
கடந்து சென்றார்கள்;
இன்னும் எத்தனை கோடி மனிதர்கள்
கடந்து செல்வார்கள்;
அத்தனை ஆத்மாக்களும்
இறுதியில் சொந்தமாக்கி கொண்டது
அதன் உணர்ச்சிகளை மட்டுமே॥

நந்தினி மாரப்பன்

## 28.உணர்வுகளின் ஊஞ்சல்

பலநாள் திருமண கனவு
பக்கத்தில் வந்தவுடன்
மனதிற்கு படபடப்பு...
ஏக்கங்களுடன் இருந்த
என் கண்கள்,

என்னவனை எதிரில் கண்டவுடன்
விளையாட தொடங்குகின்றன
வில்பட்ட அம்புபோல்!

தயாரானான் மணமகன் தாலிகட்ட;
குத்துவிளக்கேற்ற குதூகலமாய் குமாரத்தி,
இவள் கொண்ட மகிழ்ச்சி
மிஞ்சுமே மலையுமே!

மாலை மாற்றிய மணமக்கள்,
மனதையும் மாற்றிக் கொண்டனரே
இரு உடல் ஆனதே
ஓர் உயிரே!

திருமணமும் தித்தித்ததே;
புது உலகில்
பின்னி பிணைந்தனவே
பிரச்சனைகளே;

ஒட்டுமொத்த அன்பும்
ஒடுங்கிப் போனதே
ஒற்றை அன்பாலே!
சோகங்கள் சூழ்ந்து
கொள்ளுமே சுற்றியுமே!

43

பெண்ணின் வேதனை ஏனோ
எழுத்தில் வார்க்க முடியாதே!
கனவு கொண்ட மனது
கலங்கிப் போனதே...

ஆசைகள் கனவுகள் உன்னோடு,
அடங்கிப் போயின என்னோடு;

பாரபட்ச அன்பு
பரிதவிக்க வைக்கிறது
பல நேரங்களில்;
சுயநல அன்பு
சுருங்குகிறது மனதை...

தாய்வீடும் தனிவீடே,
உடன்பிறந்தோரும்
உண்டே இடைவெளியே!

கைப்பிடிக்கும் கணவன்
காலமும் காக்க வேண்டும்
தனக்கான பெண்ணை
பெற்றெடுத்த பெற்றோர்களையுமே!

பெற்றோரின் இழப்பு
தருமே ஏமாற்றமே!
ஆணின் அழுகை தீர
ஓராண்டோ!

பெண்ணின் கவலை தீர,
நாட்களே, குறைவே;

புண்ணியம் சேர்க்கும்
புதல்வனின் செய்கை,
பாவத்தையே சேர்க்கிறது
பெண்ணினம்...

சிரிப்பிலே, சிதைக்கிறாள்
அத்துணை சிரமங்களையே!

எனினும,
எத்துன்பம் வந்தாலும்
என்னருகில் நீ இருந்தால்
இமயமும் தாண்டுவேனே
என்றாளே!

திருமண பந்தம்
தினமும் தித்திக்க
தியாகங்கள் செய்
உனது அன்பை!
காலம் முழுவதும்
காதல் செய்வோமாக!

விழுகின்றன நீரும், சிரிக்கின்றன,
நதிகளாய் மாறினோமே என்று!
பெண்ணே கற்றுக்கொள்
வாழ்வின் எதார்த்தங்களை!

பிரச்சனைகள் தீர்க்கப்படவில்லை
என்றால்,
ஆறப்போடுங்கள் சிறிதுகாலம்;
அடங்கிவிடும் தன்னாலே...
அழகாய் மாறிடும்
வாழ்க்கை, அற்புதமாகவே!

மஞ்சு. கி

## 29. அழுது அழுது அழுகி போனேன்

அம்மாவின் கருவறையிலிருந்து
வெளியில் வரும்பொழுது
என் முதல் அழுகை
இன்னும் அந்த அழுகை
நிற்கவில்லை தொடங்குகிறது

முதல்முறையாக பள்ளிக்குச்
செல்லும்போது அழுதேன்
ஏழைகளின் எளிய வாழ்வை
பார்த்து அழுதேன்

நண்பனோட வீட்டு சோகத்தை
என்னிடம் சொல்லும்போது அழுதேன்

இடி சத்தம் கேட்டு
இடியாக நின்னேன்
பயந்து அப்போது அழுதேன்
சண்டைக் காட்சிகளை
பார்த்து அழுதேன்
அண்ணனிடம் சண்டை
போடும் போது அழுதேன்

அப்பா அடிக்கும் போது அழுதேன்
அம்மா திட்டும் போது அழுதேன்

காதலி என்னை வேணாம்
என்று சொல்லி பிரிந்த
போது அழுதேன்

அக்காவை புகுந்த வீட்டிற்கு
அனுப்பியபோது அழுதேன்

எனக்கு கொரோனா
என்னும் நோய் தாக்கியபோது
இறந்து விடுவேனோ
என்று எண்ணி அழுதேன்

மாமாவின் சொத்துக்கள்
சொந்த வீடுகள் கைமாறி
போனதே அதை
நினைத்து அழுதேன்
தாத்தாவின் பிரிவை
எண்ணி அழுதேன்

விலங்குகளிடம் பேச முடியாதா
என்று எண்ணி அழுதேன்

அழுது அழுது நான்
அழுகி போனேன் மண்ணில்॥

மு.வஜீர் அகமத்

### 30.காலம் கனியுமோ

திங்கள் வடிவொத்த அவளது
திருமுகமும் பவள இதழும்
மெல்லிய இடையும்
என்றும் அவன் நினைவில்

அவளையே சுற்றி
அன்பில் வாழ ஏங்கினான்
சொப்பனத்தில் அவளோடு நானிருக்க
நெஞ்சமெலாம் சொர்க்க சுகம் காணுதே
அவள் தந்த முத்தங்கள் பார்த்து
நோய்த் தாக்கம் தீர்ந்ததே

கரமொன்று வேண்டுகிறேன் - என்
புறம் வந்து தழுவிட
வரமொன்று கொடுப்பாயோ - என் அன்பே
அகமெங்கும் மகிழ்ந்திட
உன்னுலகம் நானாக
என்னுலகம் நீயாக - என்
அன்பே வருவாயோ?

காலம் தோறும் உன் அணைப்பில்
வாழ்ந்திட - எனக்கொரு
வரம் கொடுப்பாயோ!

உனக்காக ஏங்குகிறது - என்
இனிய மனம்

நீ அழுதால் துடிப்பவன் நான்
நீ அழுதால் துடைக்கும் கரமும் நான்
நீ சிரித்தால் சிரிப்பவன் நான்
நீ சிரித்தால் ரசிப்பவன் நான்
உனை உண்மையாய் நேசிப்பவன் நான்

என் கனவெல்லாம் மெய்யாக
வாழ்வெல்லாம் நீயாக
எண்ணமெல்லாம் நீயாக
காலமும் கனியுமோ
என் அன்பே

செல்வி. சிவகுமார் தேவமலர்

## 31.என்னவளின் அன்பு

அவளை எனக்கு
முன்பின் தெரியாது
எங்கிருந்து வந்தாளோ
எதற்காக வந்தாளோ

அவளைப் பார்த்த
நொடி என் வாழ்வில்
நம்பிக்கை மலர்ந்த நாள்

சிறகுகள் முளைத்து
நான் வானில்
பறந்தேன் அன்று!

ஆயிரம் விண்மீன்கள்
என் வாழ்வில்
இருந்தாலும் அவள்
எனக்கொரு நிலவு!

அவளின் அன்பு
வார்த்தைகளில்
நான் மெய்மறந்து ரசித்தேன்!

அவள் சிரிப்பில் என் கவலைகள்
பறந்து போயின!

அவள் தோள் சாயும்போது
எனக்கு இவ்வுலகின்
பெரிய கோடீஸ்வரன் நானே

அவள் எனக்காக வந்த நிலவு
அவள் ஒளியின்
வெளிச்சத்தில் நான் பயணிக்கிறேன்

அவள் அன்பை விட
இவ்வுலகில் எனக்கு
பெரியது எதுவுமில்லை!

சில நொடிகள் தான்
அவள் கோபம் எனினும்
அதனையும் தாங்கிக்கொள்வேன்
அவளின் அன்புக்காக!

எனக்காக அவள்
வாழ்க்கையை மாற்றிக் கொண்டால்
அவளுக்காக நான்
என் செய்தாலும் ஈடாகாது!
அவளின் அன்போடு
இன்றும் நான் பயணிக்கிறேன்
என்றும் பயணிப்பேன்
அவள் கைக்கோர்த்து

மு.பெருமாள்

## 32.சிரிப்பின் மறுபக்கம்

விண்ணை நோக்கி சிரிக்கிறேன்
என் கவலையாருக்கு தெரியும் என்று
மண்ணை நோக்கி சிரிக்கிறேன்
மண்ணில்லென்று போவேன் என்று

மக்களை நோக்கி சிரிக்கிறேன்
பித்தன் என்று சொல்லி போகையில்
புரிந்து கொள்வான் ஒருநாள்
சித்தம் கலங்கி சிரிக்கிறேன் - கண்ணீர்
சிந்த கண்கள் இல்லையே என்று

சொந்தங்கள் கண்டு சிரிக்கிறேன் -சந்தேகம்
சொந்தங்கள் தான் இல்லையே என்று
மீண்டு குலுங்கி குலுங்கி சிரிக்கிறேன்
சிரிப்பின் ஆழம் புரிந்தவர் மட்டுமே
என் சிரிப்பிற்கு பதில் சொல்லுவார்
என்று மீண்டும் சிரிக்கிறேன்.

                              ஸ்ரீதர் .ரா

நன்றி!!!

www.ingramcontent.com/pod-product-compliance
Lightning Source LLC
Chambersburg PA
CBHW031431160726
47993CB00003B/1508